ശ്രീ .കൈലാസമംഗലം

ജോക്സി ജോസഫ്

Copyright © Joxy Joseph
All Rights Reserved.

This book has been published with all efforts taken to make the material error-free after the consent of the author. However, the author and the publisher do not assume and hereby disclaim any liability to any party for any loss, damage, or disruption caused by errors or omissions, whether such errors or omissions result from negligence, accident, or any other cause.

While every effort has been made to avoid any mistake or omission, this publication is being sold on the condition and understanding that neither the author nor the publishers or printers would be liable in any manner to any person by reason of any mistake or omission in this publication or for any action taken or omitted to be taken or advice rendered or accepted on the basis of this work. For any defect in printing or binding the publishers will be liable only to replace the defective copy by another copy of this work then available.

ഓം നമഃശിവായ

ഭക്തർക്ക് സമർപിക്കുന്നു ശ്രീ .കൈലാസമംഗലം!സോഷ്യൽ മീഡിയയിലൂടെ പ്രചരിച്ച ശ്രീ. കൈലാസമംഗലം ശിവക്ഷേത്രത്തിലെ ദേവപാദങ്ങളാണ് എൻ്റെ ശ്രദ്ധ ആകർഷിച്ചത്. ദേവപാദണങ്ങളുടെ പിന്നിലെ രഹസ്യങ്ങളെ തേടിയുള്ള അന്വേഷണമാണ് ഈ പുസ്തകത്തിന് നിമിത്തമായത്.

ശിവനാമത്തിൽ

ജോക്സി ജോസഫ്

ഉള്ളടക്കം

ആമുഖം	vii
മുഖവുര	ix
കടപ്പാട്	xi
അവതാരിക	xiii
1. ശ്രീ. കൈലാസമംഗലം ശിവക്ഷേത്രം	1

• v •

ആമുഖം

ഓം നമഃശിവായ

ശ്രീ.കൈലാസമംഗലം ശിവക്ഷേത്രം ചരിത്രവും ,ദൈവ സങ്കല്പവും, നിഗൂഢ ശാസ്ത്രവും ചേർന്ന് നിലനിൽക്കുന്ന ക്ഷേത്രങ്ങളിൽ ഒന്നാണ്. പ്രദോഷ ദിനങ്ങളോടനുബന്ധിച്ച് ക്ഷേത്രത്തിൽ രൂപപ്പെടുന്ന ദേവപാദങ്ങൾ ഈശ്വര സാന്നിധ്യത്തിന്റെ രഹസ്യങ്ങളിൽ ഒന്നാണ്.

ക്ഷേത്ര ശാന്തി
ശ്രീജിത്ത് ശർമ്മ

മുഖവുര

ഓം നമഃശിവായ

ശിവപുരാണവും ക്ഷേത്ര മാഹാത്മ്യങ്ങളും വളരെ ആധികാരികതയോടെ മനസ്സിലാക്കി ശ്രീമതി ജോക്സിജോസഫ് രചിച്ച, പാങ്ങാട്ട് ശ്രീ. കൈലാസമംഗലം എന്ന പുസ്തകത്തിൽ, ക്ഷേത്ര ആചാങ്ങളും അനുഷ്ഠാനങ്ങളും വളരെ കൃത്യമായി പ്രതിപാദിച്ചിരിക്കുന്നു.

പാങ്ങാട്ട് മഹാദേവരെ ആരാധിക്കുന്നതിനുവേണ്ട ഉപാധികളും ആരാധനക്രമങ്ങളും ഈ പുസ്തകത്തിൽ വ്യക്തമാക്കിയിട്ടുണ്ട്.

കാലിക്കറ്റ് യൂണിവേഴ്സിറ്റിയിലെ ഗവേഷകയും, അധ്യാപികയുമായ ബഹുമാനപ്പെട്ട എഴുത്തുകാരിക്ക് എല്ലാവിധ ഭാവുകങ്ങളും നേരുന്നു.

ആശംസകളോടെ.

മുരുകൻആചാരി.8129527053

ചെങ്ങന്നൂർ.

കടപ്പാട്

ദുനിയാവിൽ ലൂടെയുള്ള യാത്ര അത്ഭുതാവഹമാണ്. ശരീരം ഒരിടത്തും മനസ്സ് പലയിടത്തുമായുള്ള ജോറ് സവാരി തന്നെ അത്ഭുത ജീവികാ വ്യാപാരം. മനസ്സിനെ അണുവിനെ പോലെ ചെറുതാക്കാനും ബ്രഹ്മാണ്ഡത്തോളം വലുതാക്കാനും കഴിവുള്ള ഒരു അത്ഭുത ജീവിയാണ് മനുഷ്യൻ. നന്മയും തിന്മയും തിരിച്ചറിയാൻ പറ്റാത്ത യാത്രക്കാർ നിറഞ്ഞ ഈ മാസ്മരിക ലോകത്തിൻ്റെ ഒരുകോണിൽ ഞാനും സഞ്ചരിക്കുന്നു. സവാരിക്കിടയിൽ എന്നിലൂടെ പ്രതിഫലിച്ച ചിന്തകളും നോവുകളും നൊമ്പരങ്ങളും അക്ഷരങ്ങളായി വീണ്ടും ജന്മം കൊള്ളുകയാണ്... മനുഷ്യൻ സ്വയം ജീവൻ കൊടുക്കുന്ന സർഗസൃഷ്ടികൾ ... സ്വന്തം പ്രയത്നം മനുഷ്യനെ വ്യത്യസ്തനാക്കുന്നു.

കണ്ടതും കേട്ടതുമായ കാര്യങ്ങൾ ഭാവനയിലൂടെ നിറങ്ങൾ നൽകി മറ്റൊരു രചനയ്ക്ക് ജന്മം കൊടുത്തതാണ് ... ജീവിതം എന്നെ പഠിപ്പിച്ച പലതും അതും... പലരിൽ നിന്നും ലഭിച്ച പുതിയ അറിവുകളും .... നൊമ്പരങ്ങളും... കോർത്തിണക്കിക്കൊണ്ട് ഒരു യാത്ര.... ലോകത്തിൻ്റെ സൗന്ദര്യവും, വേദനകളും, മർമ്മരങ്ങളും, കുദ്രത്തുകളും നമുക്ക് തൊട്ടറിയാം! ഓർക്കാ പുറങ്ങളിൽ നമ്മെ കാത്തിരിക്കുന്ന ഓരോ നിമിഷങ്ങളിലൂടെ ലഭ്യമാകുന്ന അനുഭവങ്ങൾ ഭാവിയിലെക്കുള്ള പുതുണർവാണ്.

പ്രത്യക്ഷമായും പരോക്ഷമായും സഹായിച്ചവരോടെല്ലാം ഈ അവസരത്തിൽ ഞാൻ നന്ദി പറയുന്നു.

ശിവനാമത്തിൽ
ജോക്സി ജോസഫ്

അവതാരിക

ഓം നമഃശിവായ

ഓരോരുത്തരും വ്യത്യസ്ത പരിധികളിലൂടെയാണ് വായിക്കുന്നത്. വായനയുടെ വിശാലമായലോകത്തെയ്ക്ക് വിരാചിക്കുന്നതും പല രീതിയിലാണ്.

ജോക്സി ജോസഫിൻ്റെ ചിന്തകളും അവതരണവും വളരെ വ്യത്യസ്തമായ കൈപ്പട കളാണ്.

വൈകാരികതയുടെയും പ്രത്യേകതകളും അനുഭൂതിയുടെ തീവ്രത കൊണ്ടാണ് ശ്രദ്ധിക്കപ്പെടുന്നത് .പ്രകൃതിയിലെ വിസ്മയങ്ങളാണ് ജോക്സി ജോസഫിൻ്റെ രചനകൾ !

മലയാള കഥകളിലെ സദ്ഭാവ തലത്തിലേക്ക് തന്മയത്വത്തോടെയുള്ള കയ്യേഴുത്തുത്തുകാരി കൂടിയാണ്.

ആവർത്തന വിരസതയില്ലാത്ത കഥകളും ,ആശയങ്ങളും വിജ്ഞാനത്തിൻ്റെ വാതായനത്തിലേക്ക് കൂട്ടിക്കൊണ്ടു പോകുന്നു.

ഭൂമിയെ സ്നേഹിച്ച് പ്രകൃതിയുടെ സ്പന്ദനത്തിലൂടെ മണ്ണിൻ്റെ മണവും കാറ്റിൻ്റെ സ്നേഹലാളനയും ആസ്വദിച്ചുള്ള വായനയിലൂടെ വായനക്കാരെ കൂട്ടിക്കൊണ്ടു പോകുന്നതാണ് .

ശ്രീ .കൈലാസമംഗലം ഭക്തർക്ക് സമർപിക്കുന്നു.

–

ഉണ്ണി വിശ്വനാഥ് .

1

ശ്രീ. കൈലാസമംഗലം ശിവക്ഷേത്രം

ശ്രീ.മഹാദേവന്റെയും പാർവ്വതീദേവിയുടെയും വിവാഹവേദിയായ അളകാപുരിയിലേക്ക് അഖില ദേവഗണങ്ങളും യക്ഷ കിന്നര ഗന്ധർവ്വൻമാരും മുനിമാരുമൊക്കെ ഒത്തുകൂടിയ വേളയിൽ ഭൂമിക്ക്, വടക്ക്ദിശയിലേക്ക് ഒരു ചായ്‌വ് സംഭവിക്കും എന്ന് മനസ്സിലാക്കിയ ത്രിമൂർത്തികൾ വളരെയധികം തപശക്തിയുള്ള, സപ്തർഷികളിലെ അഗസ്ത്യമഹർഷിയോട് അറിയിച്ചു.

ഈ സ്വയംവരം കഴിയുന്നതുവരെ അങ്ങ് തെക്കുദിശയിൽ പോയി നിന്ന് ഭൂമിയുടെ സംതുലനാവസ്ഥ ഉറപ്പാക്കണം അങ്ങേയ്ക്ക് മാത്രമേ അതിന് കഴിയൂ.

അത് കേട്ട് ഋഷി പറഞ്ഞു എനിക്കും ഉമാമഹേശ്വര തിരുക്കല്ല്യാണം ദർശിക്കുവാൻ അനുഗ്രഹമുണ്ടാവണം. അങ്ങനെ വിവാഹം ജ്ഞാനദൃഷ്ടിയാൽ കാണുവാനുള്ള വരവും നേടി അഗസ്ത്യർ തെക്കുപാർശ്വത്തിലേക്ക് യാത്രയായി.

മഹാദേവൻ പറഞ്ഞുകൊടുത്ത ശോണാദ്രിയിൽ (ചുവന്ന കുന്നുകൾ നിറഞ്ഞ പ്രദേശം)അദ്ദേഹം എത്തിച്ചേർന്നു.

ചുവന്ന കുന്നുകൾ അഥവാ ചെമ്കുന്നൂർ(പിന്നീട് ചെങ്ങന്നൂർ) ആയി അറിയപ്പെടുന്ന ഇവിടെ നിത്യഹോമാദികളും പൂജയുമായി അദ്ദേഹം കാത്തിരുന്നു. അഗസ്ത്യരുടെ ഹോമകുണ്ഡമാണ് പിന്നീട് അമ്പലക്കുളമായി പരിണമിച്ച അഗസ്ത്യകുണ്ഡം എന്ന് വിശ്വസിക്കപ്പെടുന്നു.

ശിവപ്രീതിയാൽ ഭഗവാന്റെ തിരുമംഗലം ജ്ഞാനക്കണ്ണാൽ അദ്ദേഹം കണ്ടു.

വിവാഹ ശേഷം ഭഗവാൻ പാർവ്വതീ സമേതനായി ഇവിടയെത്തി അഗസ്ത്യർക്ക് ദർശനം നൽകി അനുഗ്രഹിക്കുകയും, അദ്ദേഹത്തിന്റെ ആഗ്രഹ പ്രകാരം കുറച്ചുകാലം ഇവിടെ വസിക്കുകയും ചെയ്തു.

രാമായണ കഥയിൽ സീതാദേവിയെ തേടിപ്പോയ ശ്രീരാമൻ ജഡായുവിന് മോക്ഷം നൽകുവാൻ പോയപ്പോൾ ഭഗവാന്റെ പാദസ്പർശമേൽക്കുവാൻ ഈ മണ്ണിന് ഭാഗ്യം സിദ്ധിച്ചിട്ടുണ്ട്

പുണ്യനദിയായ പമ്പ തഴുകിക്കടന്നുപോകുന്ന പ്രകൃതീരമണീയമായ ഈ പ്രദേശങ്ങളൊക്കെ ഭഗവാൻ ദേവിയോടൊപ്പം പരിവാരങ്ങളെയും കൂട്ടി ചുറ്റിനടന്നുകണ്ടു.

അങ്ങനെയൊരുനാൾ അവർ പാങ്ങാട്ട് ശ്രീ കൈലാസമംഗലം ക്ഷേത്രം സ്ഥിതിചെയ്യുന്ന ഉന്നതമായ മലമുകളിലെത്തി.വളരെ ഉയർന്ന പ്രദേശമാകയാൽ ഉദയാസ്തമനങ്ങൾ കണ്ട് ...ഭഗവാനും, ഭഗവതിയും കുറേനാഴികകൾ കൈലാസമംഗലത്തിൽ ചിലവഴിച്ചു. അങ്ങനെ ഈ പ്രദേശത്തും ഭഗവാന്റെ സാന്നിദ്ധ്യം ഉണ്ടായി. ഇപ്പോഴും ചെങ്ങന്നൂർ മഹാദേവർ സന്നിധിയിൽ നിന്നും മഹാദേവർ ഇവിടെയെത്തി ഭക്തർക്ക് അനുഗ്രഹംനൽകുന്നു.

കാലങ്ങൾ പിന്നിട്ടപ്പോൾ ഇവിടെയും ഒരു മഹാക്ഷേത്രം സ്ഥാപിക്കപ്പെട്ടു. രാജഭരണകാലത്ത് പതിനെട്ടുകരകൾക്ക് അധിപനായി കൈലാസനാഥൻ വിളങ്ങി. പിന്നീട് രേഖകളിൽ

കാണുംപോലെ ശൈവരും വൈഷ്ണവരും തമ്മിലുണ്ടായ സംഘർഷത്താൽ പല ക്ഷേത്രങ്ങളും തകർക്കപ്പെട്ടു. വൈഷ്ണവരാൽ ഇവിടെ അന്ന് ഭാഗികമായി തകർക്കപ്പെട്ട ക്ഷേത്രമായിരുന്നു ശ്രീ കൈലാസമംഗലം.

അയിത്തം എന്ന അനാചാരം നിലനിന്നിരുന്ന കാലത്ത് ഈ മലയുടെ ചുറ്റും വസിച്ചിരുന്ന സാംബവ സമുദായക്കാർ അന്ന് ചില പ്രത്യേകദിവസങ്ങളിൽ ക്ഷേത്ര മതിൽക്കെട്ടിനു വെളിയിലെത്തി ചുട്ട കിഴങ്ങുവർഗ്ഗങ്ങളും സോമരസവും താംബൂലാദികളും സമർപ്പിച്ച് ഞങ്ങടെ മലയച്ചരാ... എന്ന് വിളിച്ചുചൊല്ലി പ്രാർത്ഥിക്കാറുണ്ടായിരുന്നു ആ വിളികേട്ട് കാരുണ്യമൂർത്തി അവർക്കരികിലെത്തി അവരുടെ സമർപ്പണങ്ങൾ സ്വീകരിക്കാറുണ്ടായിരുന്നു.

മകുടവും ചുറ്റുമതിലും തകർക്കപ്പെട്ട ക്ഷേത്രം പിന്നീട് നൂറ്റാണ്ടുകളോളം അധോമുഖഅവസ്ഥയിലായിരുന്നു.

പിന്നീട് നാടുവാഴികളുടെ ഭരണകാലത്തും ഈ പ്രദേശം കാടുമൂടികിടക്കുകയും, നാടിന്റെ പല ഭാഗങ്ങളും നാടുവാഴി പൊന്നും പണവും വാങ്ങി പലർക്കും കൈമാറ്റം ചെയ്യുകയുമുണ്ടായി.

ഈ മലയുൾപ്പെടുന്ന പ്രദേശം വാങ്ങിയ കുടുംബക്കാർ അങ്ങനെ കാടുവെട്ടിത്തെളിച്ച് ക്ഷേത്രത്തിൽ വിളക്കുവെയ്പ്പ് പുനരാരംഭിക്കുകയും ചെയ്തു.എങ്കിലും വിധിപ്രകാരമുള്ള പൂജകളോ ഉത്സവങ്ങളോ ഉണ്ടായിരുന്നില്ല. ഇടക്കാലത്ത് വിളക്കുവെയ്പ്പും മുടങ്ങി.

വർഷങ്ങൾ പിന്നെയും പലത് കടന്നുപോയി. അങ്ങനെയിരിക്കെ കേരളാ ക്ഷേത്രസംരക്ഷണസമിതി ഈ ക്ഷേത്രത്തിന്റെ നടത്തിപ്പ് ചുമതല ഏറ്റെടുക്കുകയും ക്ഷേത്രത്തിന്റെ പുനരുദ്ധാരണ കർമ്മങ്ങൾ ആരംഭിക്കുകയും ചെയ്തു.

ഈശ്വരന്മാരിൽ ക്ഷിപ്രപ്രസാദിയും അതേപോലെ ക്ഷിപ്രകോപിയുമാണ് മഹാദേവൻ എന്നാണ് വിശ്വാസം.

എന്നാൽ വേണ്ടരീതിയിൽ നിർമ്മലമായമനസ്സോടെ ശിവനെ ആരാധിച്ചാൽ സർവ്വൈശ്വര്യവും എന്നാണ്ഫലം.

ശിവക്ഷേത്രദർശനത്തിൽ ശ്രദ്ധിയ്ക്കേണ്ട പല ചിട്ടകളുമുണ്ട്. ഏതു ക്ഷേത്രങ്ങളേക്കാളും ചിട്ടകൾ വേണ്ടത് ശിവക്ഷേത്ര ദർശനത്തിനാണ്.

ശിവക്ഷേത്രത്തിൽ ചുറ്റമ്പലത്തിൻ്റെ പ്രധാന കവാടത്തിൽ ചണ്ഡൻ, പ്രചണ്ഡൻ എന്നീ ദ്വാരപാലകർ ക്ഷേത്രം സൂക്ഷിപ്പുകാരായുണ്ട്. ഇവരെ മനസ്സിൽ സങ്കല്പിച്ച് ഇടം വലം നോക്കി തൊഴുത് അനുവാദം വാങ്ങി വേണം അകത്ത് പ്രവേശിക്കുവാൻ. അകത്തെത്തിച്ചേർന്നാൽ ആദ്യം തൊഴേണ്ടത് ഭഗവാനുമുന്നിൽ പ്രതിഷ്ഠിച്ചിട്ടുള്ള നന്ദികേശനെയാണ്. നന്ദികേശൻ്റെ വലതു വശത്തുനിന്നു വേണം തൊഴേണ്ടത്.

ശിവ ക്ഷേത്രങ്ങളിൽ ഭഗവാന്റെ പ്രിയങ്കരനായ, വാഹനമായ നന്ദികേശന്റെ പ്രതിഷ്ഠഉണ്ടാകും. ആദ്യം നന്ദികേശന്റെ വലതു വശത്തു നിന്ന്, നന്ദികേശനെ തൊഴണം. പിന്നീടാണ് ശിവനെ തൊഴേണ്ടത്. നന്ദി പ്രതിഷ്ഠയുള്ള ശിവ ക്ഷേത്ര ദർശനമാണ് ഉചിതം. നന്ദിയുടെ കൊമ്പുകൾക്കിടയിലൂടെ ഭഗവാനെ കണ്ട്തൊഴുകഎന്നതാണ് ശ്രേഷ്ഠമായ ശിവദർശനം.

നന്ദിക്കും ഭാഗവാനും ഇടയിലൂടെ മുറിച്ചുകടക്കരുത്.

ശിവ ഭഗവാന്റെ ഇടതു വശത്തു നിന്നും തൊഴുത് വീണ്ടും നന്ദിയെ തൊഴുത് നന്തിയുടെ പിന്നിലൂടെ നടന്ന് ഓവു **(മൃണാളം)** വരെയെത്തി നില്ക്കണം.ക്ഷേത്രതാഴികക്കുടം നോക്കി മൂന്നു വട്ടം കൈ കൂപ്പിപ്പിടിച്ചു കൊട്ടി, തിരിഞ്ഞുനടന്ന് നന്ദിയുടെ പുറകിലൂടെ വന്ന് ബലിക്കല്ലുകൾ

വലതുഭാഗത്തു വരും വിധം പ്രദക്ഷിണം ചെയ്ത് ശ്രീകോവിലിനു പുറകിലൂടെ ഓവിൻ്റെ അടുത്തെത്തി നില്ക്കുക. ഇവിടെ വീണ്ടും കൈ കൊട്ടി തൊഴുത് തിരിഞ്ഞു നടക്കണം ഒരിക്കലും ഓവ് മുറിച്ചുകടക്കരുത്. അങ്ങനെ അർദ്ധപ്രദക്ഷിണം ചെയ്ത് നന്ദിയുടെ പിന്നിൽ നിന്ന് ഭഗവാനെതൊഴണം. നന്ദിയുടെ പുറകിലൂടെ വലതു വശത്തു വശത്തു വന്നു നന്ദിയെ വീണ്ടും തൊഴുക. ഇങ്ങനെയാണ് മൂന്നു വട്ടവും പ്രദക്ഷിണം ചെയ്യേണ്ടത്.

ഒരു പ്രദക്ഷിണത്തിൽ നന്ദിയെ നാലുവട്ടവും ശിവനെ മൂന്നുവട്ടവും തൊഴുകയെന്നതാണു കണക്ക്. ശിവ ക്ഷേത്രദർശനം നടത്തുമ്പോൾ പഞ്ചാക്ഷരീമന്ത്രം, അതായത് 'ഓം നമഃശിവായ' ഉച്ചരിച്ചുള്ള മന്ത്ര ജപമാണ് നല്ലതെന്നുവേണം, പറയാൻ..

ശ്രീ. കൈലാസമംഗലം ശിവക്ഷേത്രം

ശ്രീ.കൈലാസമംഗലം ക്ഷേത്രത്തിലെ ഭഗവാൻറ മൂലവിഗ്രഹം പരമ്പരാഗത ശൈലിയിൽ മഹാശിവലിംഗ

പ്രതിഷ്ഠയായതിനാൽതന്നെ ഈശ്വരചൈതന്യം കൂടുതലാണ്.

പന്തീരടിപൂജയ്ക്കുള്ള സമയത്ത് വിഗ്രഹത്തിലേക്ക് സൂര്യരശ്മികൾ നേരിട്ടുപതിക്കുന്നു എന്ന അപൂർവ്വ സവിശേഷതയും ഇവിടെയുണ്ട്. സൂര്യകിരണങ്ങളും അലങ്കാര വിളക്കുകളും നിറഞ്ഞപ്രഭയിൽ ഭഗവാനെ കാണുക എന്നത് മഹാഭാഗ്യം.

ക്ഷേത്ര നടയ്ക്കു നേരെ നിന്നു തൊഴരുത്.ഒരുവശം ചരിഞ്ഞുനിന്ന് തൊഴണം. നന്ദിയെ തൊഴാതിരുന്നാൽ ക്ഷേത്ര ദർശനവും ക്ഷേത്ര പ്രദക്ഷിണവും പൂർണ്ണമാകില്ലെന്നതാണ് വിശ്വാസം.

ഭഗവാന് നൈവേദ്യം നൽകുന്ന സമയത്തും തൊഴുവാൻ പാടില്ല.നൈവേദ്യം എഴുന്നെള്ളിച്ച മാർഗ്ഗം, നിവേദ്യം പൂജക്കുശേഷം തിരികെ തിടപ്പള്ളിയിൽ എത്തിക്കുംവരെ മുറിച്ചുകടക്കരുത് അങ്ങനെചെയ്താൽ അപസ്മാരാദി രോഗങ്ങളാണ് ഫലം.

ക്ഷേത്രദർശന സമയവും വ്യത്യസ്ത ഫലങ്ങളാണ് നൽകുന്നത്. രാവിലെയുള്ളർശനവും പ്രാർത്ഥനയും, ആരോഗ്യവും മനസിനു ബലവും നല്കാനാണ്. ഉച്ചയ്ക്കു ദർശിച്ചു പ്രാർത്ഥിച്ചാൽ സമ്പത്തും സമൃദ്ധിയുമാണ് ഫലം.

വൈകീട്ട് പ്രാർത്ഥിച്ചാൽ കഷ്ട നഷ്ടങ്ങൾമാറും.

ശ്രീ. കൈലാസമംഗലം ശിവക്ഷേത്രം

അർദ്ധയാമത്തിലെ ദർശനം സന്തുഷ്ട ദാമ്പത്യ ജീവിതം ഫലം പറയുന്നു.

ശിവ ക്ഷേത്ര ദർശനത്തിന്റെയും വഴിപാടിന്റെയും പൂർണ്ണഫലം ലഭിയ്ക്കണമെങ്കിൽ പിൻവിളക്ക് വഴിപാടു കൂടി നടത്തണമെന്നാണ് പറയുന്നത്.

കാരണം പാർവ്വതീദേവി ഭഗവാന്റെ പിൻഭാഗത്തായി കുടി കൊള്ളുന്നുവെന്നതാണു സങ്കല്പം.

ഇവിടെ തുളസിപ്പൂവ് സാധാരണ ഉപയോഗിയ്ക്കാറില്ല. ശിവനു മാത്രമല്ല, ഗണപതി,സുബ്രഹ്മണ്യൻ , പാർവ്വതി എന്നിവർക്കും തുളസി ഉപയോഗിയ്ക്കാറില്ല.

ഇത് ചൈതന്യം കെടുത്തുമെന്നാണു വിശ്വാസം.ക്ഷേത്രത്തിൽ നിന്നും പുറത്തിറങ്ങിയാൽ അല്പനേരം അവിടിരുന്നു വിശ്രമിച്ചു വേണം, *മടങ്ങി പോകേണ്ടത്* .

ഇവിടെ വരെ ശിവന്റെ ഭൂതഗണങ്ങൾ നമ്മെ അനുഗമിയ്ക്കുമെന്നാണു വിശ്വാസം. (കുളിയ്ക്കുന്ന സമയം

മുതൽ തൊഴുതിറങ്ങി വിശ്രമിയ്ക്കുന്ന സമയം വരെയെന്നാണ് വിശ്വാസം)

ഭക്തര്‍ വിശ്രമിക്കുമ്പോള്‍ ഭൂതഗണങ്ങള്‍ഭഗവാന്റെ അടുത്തേയ്ക്കു മടങ്ങിപ്പോകും.

സർവ്വഗ്രഹങ്ങളുടേയും നക്ഷത്രങ്ങളുടേയും നാഥനാണ് ഭഗവാൻപരമശിവൻ. അതുകൊണ്ടു തന്നെ ശിവനെ ആരാധിച്ചാൽ തീരാത്ത ദുരിതങ്ങളില്ല എന്ന് വിശ്വസിക്കുന്നു.

സവിശേഷമായി ശനി ,സൂര്യൻ, രാഹു പക്ഷബലമില്ലാത്ത ചന്ദ്രൻ എന്നിവയുടെ ദശാപഹാര കാലങ്ങളിൽ പതിവായി ശിവനെ ഭജിക്കുകയാണെങ്കിൽ എത്ര കടുത്ത ദോഷങ്ങളും അകന്നു പോകും.

ശിവന് ഏറ്റവും പ്രിയപ്പെട്ടത് കൂവളത്തിലകൊണ്ടുള്ള അർച്ചനയാണ്. ഒരു ഞെട്ടിൽ തന്നെ മൂന്ന് ഇലകളോട് കൂടിയ കൂവളത്തില ശിവന്റെ മൂന്ന്നേത്രങ്ങൾക്ക് സമാനമായാണ് കരുതുന്നത്. ഏഴ് ദിവസമോ. പതിനാല് ദിവസമോ, ഇരുപത്തൊന്ന് ദിവസമോ തുടർച്ചയായി ശിവന് കൂവളത്തില കൊണ്ട് അർച്ചന നടത്തിയാൽ ഭയം ആപത്ത് മുതലായവ അകന്ന് പോകും

പ്രദോഷവ്രതം, തിങ്കളാഴ്ച വ്രതം എന്നിവ അനുഷ്ഠിക്കുകയാണെങ്കിൽ കുടുംബപരമായും ദാമ്പത്യപരമായുമുള്ള ദോഷങ്ങളെല്ലാം അകന്നുപോകും.

പ്രദോഷവ്രതത്തിനു തലേ ദിവസം നന്ദിക്ക് വെറ്റിലയും ,പാക്കും വച്ച് പ്രാർത്ഥിച്ചാൽ പ്രദോഷദിനത്തിൽ, നന്ദി ഭക്തരുടെ ദു:ഖങ്ങൾ ഭഗവാനോട് ഉണർത്തിക്കും ഭഗവാൻ ഭക്തൻറെ ആഗ്രഹം സഫലമാക്കും എന്നൊരു വിശ്വാസവും ഉണ്ട് !

ഐശ്വര്യത്തിനും ദാമ്പത്യ സൗഖ്യത്തിനും ആയുരാരോഗ്യ സൗഖ്യത്തിനും ഇഷ്ട മംഗല്യം ലഭിക്കുന്നതിനും തിങ്കളാഴ്ച ദിവസം വ്രതമെടുത്ത് ശിവക്ഷേത്രദർശനം നടത്തുന്നത്

ഉത്തമമാണ്.

ശ്രീപരമേശ്വരന് പ്രിയങ്കരമായ മറ്റൊരു വഴിപാടാണ് ധാര. ശിവലിംഗത്തിന് മുകളിൽ ഒരു പ്രത്യേക പാത്രം സ്ഥാപിച്ചിട്ടുണ്ടാകും. ഇതിനെ ധാരകീടാരം എന്ന് പറയുന്നു. ഇതിൽ നിന്നും ധാരാദ്രവ്യം ഇടമുറിയാതെ പ്രവഹിച്ച് ശിവലിംഗത്തിൽ പതിക്കുന്നതിനെയാണ് ധാരയെന്ന് പറയുന്നത്.

ശുദ്ധജലം, കരിക്ക് തുടങ്ങിയവ ധാരക്ക് ഉപയോഗിക്കുന്നു. ഗംഗ ശിവന്റെ ജഡയിൽ പതിച്ച ശേഷമാണ് ഭൂമിയിലൂടെ പ്രവഹിക്കാൻ തുടങ്ങിയത് എന്നാണ് വിശ്വാസം. ഈ തത്വത്തെ ആധാരമാക്കിയാണ് ധാര നടത്തുന്നത്. ധാരാ തീർത്ഥം ഗംഗാ ജലമാണെന്നാണ് സങ്കല്പം.

ധാര നടത്തി വരുന്ന തീർത്ഥം സേവിക്കുന്നത് ഏറെ ഉത്തമമാണ്. ശിവൻ്റെ ശിരസ്സ് എപ്പോഴും അഗ്നികൊണ്ട് ജ്വലിക്കുന്നതിനാൽ അത് ശീതീകരിക്കുന്നതിനാണ് ധാര ചെയ്യുന്നത് എന്ന് മറ്റൊരു വിശ്വാസവുമുണ്ട്.

കുടുംബപരമായി ശിവന്റെ അനുഗ്രഹം ലഭിക്കാത്തവർക്ക് ധാര കഴിക്കുന്നത് വളരെ നല്ലതാണ്.

(ഓവിൽ നിന്നും തീർത്ഥമെടുക്കരുത് ഭഗവാൻ വസിക്കുന്ന ഗർഭഗൃഹം കഴിഞ്ഞാൽ പിന്നീട് അത് ആശുദ്ധമാണ്.

അത് പാനംചെയ്യുവാനായി ഭൂതഗണങ്ങളിൽ, ഭഗവാന്റെ അപ്രീതിക്ക് പത്രമായ ഒരാൾ ഓവും താങ്ങി നിൽപ്പുണ്ട് ആ ഭൂതത്തിനുള്ള ആഹാരമാണ് ഓവിലൂടെ വീഴുന്നദ്രവ്യങ്ങൾ)

അഭിഷേക സമയത്ത് പീഠത്തിൽ നിന്നും *ശേഖരിച്ച്* ശാന്തിക്കാർ നല്കുന്നത് മാത്രം സ്വീകരിക്കാം)

ശിവന് അഭിഷേകം ചെയ്ത പാൽ, ഇളനീർ എന്നിവ പ്രഭാതത്തിൽ സേവിച്ചാൽ ഉദരരോഗങ്ങൾ ശമിക്കും. പാൽ അഭിഷേകം ചെയ്താൽ സന്താന ഭാഗ്യവും ഫലം.

അഭിഷേകം ചെയ്ത നെയ്യ് സേവിച്ചാൽ ബുദ്ധിശക്തി വർദ്ധിക്കുകയും ബുദ്ധി ഭ്രമം അകലുകയും ചെയ്യും. അപസ്മാരാദിരോഗങ്ങളിൽ നിന്ന് മോചനം ലഭിക്കുന്നതിന് ഭഗവാന് അഭിഷേകം ചെയ്ത നെയ്യ് സേവിക്കുന്നത് ഉത്തമം.

ആചാരപ്രകാരം പുല, വാലായ്മ (പുല-16-രാത്രിയും വാലായ്മ-7- രാത്രിയും കഴിയണം) എന്നീ അശുദ്ധിയുള്ളവരും ദേവനിലും ആചാരത്തിലും വിശ്വാസമില്ലാത്തവരും ക്ഷേത്രത്തിൽ പ്രവേശിക്കരുത്.

സ്ത്രീകൾ ആർത്തവം തുടങ്ങി 9 ദിവസം വരെയും ഗർഭിണികൾ 5-ാം മാസം മുതൽ പ്രസവശേഷം 148 ദിവസം വരെയും ക്ഷേത്രത്തിൽ പ്രവേശിക്കാൻ പാടില്ല.

നവജാതശിശുക്കളെ ചോറൂണിനുശേഷമേ അമ്പലത്തിൽക്കയറ്റി ദേവദർശനം നടത്താവൂ.

മംഗല്യം കഴിഞ്ഞ വധൂവരന്മാർ ചുറ്റമ്പലത്തിനകത്തു കയറരുത്.

സ്ത്രീകൾപൂർണ്ണ വസ്ത്രധാരികളായിമാത്രമേ ക്ഷേത്രത്തിൽ കടക്കാവൂ.

ശ്രീകോവിൽനട അടഞ്ഞുകിടക്കുമ്പോഴും നിവേദ്യസമയത്തും മണിയടിക്കരുത്. മണിനാദം മുഴക്കിയാൽ അഭിവാദ്യം ചെയ്യണം. ഇത് ബ്രാഹ്മണർക്കു മാത്രം വിധിച്ചിരിക്കുന്നു. അല്ലാത്തവർ രണ്ടുകൈയും കൂട്ടി തൊഴണം.

പങ്ങാട്ട് ശ്രീ കൈലാസമംഗലത്തിൽ ഭാഗവാനോടൊപ്പം ശ്രീ മഹാഗണപതി, സുബ്രഹ്മണ്യൻ, ദുർഗ്ഗ,യോഗീശ്വരൻ, ഭഗവതി, രക്ഷസ്സ്, നാഗ ദൈവങ്ങൾ എന്നീ ഉപദേവതകളും,

കിഴക്ക് അഗ്നിക്കോണിൽ ആൽമരച്ചോട്ടിൽ വിളിച്ചാൽ വിളിപ്പുറത്തെത്തുന്ന ഉഗ്രമൂർത്തിയായി ഭഗവാൻ സ്വയം " മലയച്ചഛനായി കുടികൊള്ളുന്നു. താംബൂലം കള്ള് വറപൊടി ഇവയൊക്കെ സമർപ്പിച്ച് അവിടെ വിളിച്ചുചൊല്ലി പ്രാർത്ഥന

ചെയ്താൽ മലയിറങ്ങും മുൻപ് ഉദ്ദിഷ്ട കാര്യം സാധിച്ചിരിക്കുമെന്ന് അനുഭവസ്ഥർ സാക്ഷ്യപ്പെടുത്തുന്നു.

മകരമാസത്തിലെ രോഹിണി നാളിലാണ് ഇവിടെ പ്രധാന ഉത്സവം നടക്കുക അന്ന് പുനപ്രതിഷ്ഠാ ദിനമാണ്. ശിവരാത്രിയിലും പ്രത്യേക പൂജകൾ നടത്തപ്പെടുന്നു.

ചെങ്ങന്നൂർ പട്ടണത്തിൽ നിന്നും ഏകദേശം അഞ്ചു കിലോമീറ്റർ തെക്കു പടിഞ്ഞാറ് പെരിങ്ങാല എന്ന ഗ്രാമത്തിന്റെ നെറുകയിലാണ് ഈ പുണ്യക്ഷേത്രം സ്ഥിതി ചെയ്യുന്നത്. ഇവിടുത്തെ ദർശനം ജന്മപുണ്യം.

ആലപ്പുഴ ജില്ലയുടെ കിഴക്കേ അറ്റത്താണ് ചെങ്ങന്നൂർ സ്ഥിതിചെയ്യുന്നത്. ക്ഷേത്രമുറ്റത്തുനിന്നാൽ കിലോമീറ്ററുകളോളം ദൂരത്തിൽ മലയ്ക്കുചുറ്റുമായി വിദൂര പ്രദേശങ്ങൾ കാണുക എന്നതും ഒരു അനുഭവംതന്നെയാണ് ചക്രവാളസീമകൾക്കപ്പുറത്തേക്കുള്ള അനിർവചനീയമായ ഒരു നേർക്കാഴ്ച.

ഓം നമഃശിവായ

ശിവം ശിവകരം ശാന്തം
ശിവാത്മാനം ശിവോത്തമം
ശിവമാർഗ്ഗ പ്രണേതാരം
പ്രണതോസ്മി സദാശിവം

ശ്രീ.കൈലാസമംഗലം ശിവക്ഷേത്രം ,പാങ്ങാട്ട് ,പെരിങ്ങാല (പി ഒ) ,ചെങ്ങന്നൂർ

ഭക്ത ജനങ്ങൾക്ക് വഴിപാടുകൾ ബുക്ക് ചെയ്യാൻ ,സംഭാവന കൾ അയക്കുവാൻ.

IFSC FDRL 000 1167
A/C 11670 100 108833
Federal Bank .
8129527053.

www.ingramcontent.com/pod-product-compliance
Lightning Source LLC
LaVergne TN
LVHW041603070526
838199LV00047B/2110
* 9 7 9 8 8 8 7 4 9 5 9 4 1 *